AF390970

badòngthơ

cao nguyên

nhân ảnh 2023

ba dòng thơ - cao nguyên

bìa: uyên nguyên trần triết

tranh bìa: hoạ sĩ nguyên khai

photo hình tác giả: ann lt

dàn trang: đỗ huỳnh đăng ngọc

nhà xuất bản nhân ảnh

isbn: 9798868925375

C

cao nguyên rộn ràng quá

sẽ thức giấc nàng thơ. nàng thơ

còn ngủ trong thơ mưa

cúi đầu cầu nguyện thấy em không

ngẩng mặt nhìn trời thấy em không

nhắm mắt nguyện cầu thấy em không cầu nguyện

chờ mưa tới, em ngồi

chờ em đổi ý, tôi đứng ngồi

đôi khi mây trắng mưa

chiếc dù son của em

hay đem mưa đến, em biết không?

mưa màu son từng cơn

chỉ là tiếng tim em

ngủ đi anh. chỉ là tiếng tim em

tiếng tim em. tim em

có con cá đỏ nhỏ

lội ngược dòng nước lũ màu tro

trơn chiếc cầu gỗ cũ

cánh lan nhỏ nhạt vàng

bấp bênh trên thần sóng mênh mang

"em chưa hát ca dao"

có những hồn nhiên không biết how

có những bình yên không nhớ when

có những trần ai không hiểu why

cầu nguyện của viên gạch

giữa vạn viên gạch trong trường thành

có ngày thành mây bay

con ếch nhỏ loay hoay

mấy vòng tròn trong chậu nước mưa

đám mây xám sang ngang

chiếc bóng vẫn màu đen

chiếc bóng mãi màu đen

chiếc bóng chỉ màu đen

cánh cửa ở ngõ ra

cũng là cánh cửa ở ngã vô

cánh cửa những ra vô

chút vu vơ

chút ngu ngơ

chút thơ thơ

có cái gì đó hay

hay! cô ấy có cái gì đó!

cái gì đó... hay hay!

cô tóc ngắn đi qua

cũng cô ấy tóc dài đi qua

tôi ngồi đây có lâu?

chim đang bay bay. mây

đang mưa mưa. em thương chim bay

trong mưa. anh bay bay

con nhền nhện tám chân

đan chiếc mạng bát quái mới tinh

chuồn chuồn bốn cánh bay

con đường đang cong cong

bóng em bóng mình đang song song

ve sầu ve ve ve

con bò lim dim ốm

nhai đi nhai lại cỏ da cam

bún huế được mấy tô

cháu mới rớt một răng

ông thì vừa để mất bộ răng

"bà cười sau tay áo"

con ếch ra khỏi giếng

gió bay muôn hướng trời vuông vức

con ếch nhảy vào giếng

a

anh ơi tuyết đang rơi

rơi. rơi. rơi. rơi. tuyết rơi. rơi

nơi anh có tuyết rơi?

an apple a day

keeps the doctor away. thôi

ăn apple. em ôi!

b

buồn cam màu lá

buồn cong màu lá

buồn quên màu lá

bệnh xá hành lang

ma cũ ngồi

ma mới lang thang

bà lão đội mây xám

đám mây mỗi mơ ước

ướt mưa trên mái tóc

g

google chữ "mình"

thấy

có em và có anh

gió mùa xuân màu xanh

gió mùa đông màu đen

gió mùa thu màu em

gã da vàng ướt dầm

nước người nặng rơi trên đất người

tìm mưa... gã vào mơ

giấy bảo bút: viết chi

những câu thơ không may. bút bỏ

đi. giấy còn trắng đây

gã vội vã trong mây

mây trước ướt mây sau

mây cao ướt mây xa

giữa hai con lân đá

những dép giày ngay ngắn có đôi

chiếc dép đứt lóc lăn

gã chớp chớp chớp mắt

xem quạt trần quay quay quay quay

bánh luân hồi thôi quay

đ

đêm nay lại vẽ em

bức tranh màu xám, xám và xám

anh chỉ còn đen trắng

đáng lẽ không lạc loài

đáng lẽ không ngậm ngùi

đáng lẽ không tầm thường

đêm hè nóng mây cam

vàng trăng vằng vặc dõi dáng nhỏ

yếm đỏ mồ hôi loang

đêm đây hay quên ngủ

đêm bến ấy có ngủ hay quên?

đêm đêm đếm đêm. đêm!

đêm không trăng sao

chiếc lá không màu

hôn môi không hồn

đêm đang đêm đang đêm đang đêm

em đang em đang em đang em

mưa đang mưa đang mưa đang mưa

đông đêm dài

lưng em dài

tóc em không dài

đường phố lạ và đường phố người

đường phố dài và đường phố tối

khi tôi đi lại đường phố tôi

đêm noël vô cùng

ông lão với bộ râu trắng phau

phòng 6c không còn

e

em như bức tranh

treo trên

vách đời anh

em bối tóc lên

cho

vai tôi lạnh buốt

em không muốn em là

nàng thơ. em chỉ muốn em là

bài thơ. phải hay nha!

em vẫn là em những bình yên

em vẫn là em những đầu tiên

em vẫn là em những triền miên

em niệm phật

tôi niệm phật

tội nghiệp phật

em nhìn anh

anh nhìn mưa

mưa nhìn em

em lạnh lùng

gương lạnh lùng

em lạnh lùng

em nhạt nhòa

tôi lạc loài

mưa giọt dài

em thật tình

anh thật tình

mưa giật mình

em thật xa

anh thật gần

cuộc tình trần

em tôi đội nón cam

trong đám đông này có em tôi

xa dần cái nón cam

lại là mở hỗn độn

của những nghĩ suy dang dở dang

quanh quẩn quanh. ngang ngổn ngang

lóe lên: mắt em khép

lóe sáng lên: đôi môi mở hé

que diêm cuối lóe lên:

ly trà tan đá

trống trải

như lời xin lỗi

lá đang rơi một mình

mây đang trôi một mình

thu đang thu một mình

h

hỏi trưa có nhớ em không?

hỏi mưa có nhớ em không?

hỏi thương có nhớ em không?

hoa văn hằn vết đau

cưu mang trên trống lời ngàn xưa

em thầm thì nỉ non

hai giờ sáng

ở cali

có hai người không ngủ

hẹn nhau ở cuối trời

nơi cầu vồng chàm tím lục lam

đợi. anh đã cuối đời

hôm qua trời chưa sáng

hôm nay trời chưa sáng

hôm mai trời chưa sáng

hôm nay mưa

hôm ấy mưa

mưa hôm ấy

hỏi thôi có nhớ em không?

hỏi chưa có nhớ em không?

hỏi quên có nhớ em không?

O

ở khoảng trống

giữa sân si

ngồi một tí

ô xinh xinh

em xinh xinh

mưa lung linh

ôi chiếc gương may mắn

được ngắm nàng sáng tối chiều trưa

ôi chiếc gương đáng ghét

ở vở tuồng buồn tênh

người ta chỉ cho tôi vai phụ

vở tuồng chuyện đời tôi

m

mệt tôi cuộc đời này

mệt con tim đỏ cứ lang thang

mệt em tội nghiệp tôi

mưa ngừng rơi

mây đầy vơi

em: mình ơi!

mưa mùa thu

đang ngồi đây

tôi vàng cam

mưa ngọt ngào

em mặn mà

tôi thật thà

mưa đang mây

mây đang mưa

đang mây mưa

mây đầy. đêm mất trăng

hoa quỳnh xam xám lá quỳnh đen

khép mắt: quỳnh trăng trắng

mắt với môi

có thế thôi

cứ thế thôi

mưa rơi rơi

rơi rơi mưa

rơi mưa rơi

mưa đến mưa đi: còn

lại ướt mưa. em đến em đi:

còn lại những đến đi

mãi úp mặt vào tường

mãi không xong không phấn không son

mãi mặt sau bức tranh

mây cali không biết mưa

lá cali không biết rơi

trời cali không biết đi

mười giờ sáng

còn chờ sáng

chừng nào sáng?

mưa đang mưa một mình

mưa đang mưa lạ trời

mưa xa anh thật rồi

n

nhắm mắt tự vẽ mình

vẽ môi vẽ mắt vẽ đôi tai

vẽ mình đang mở mắt

nửa trăng em treo trả

quên câu thơ cũ tình siêu thoát

bỏ túi nửa trăng tôi

nhà thương chiều: đổi ca

nhân viên cười nói chào vào ra

trong góc: thiếu phụ khóc

ngồi chờ đến một lần

ngồi chờ đến một ngày

ngồi chờ đến được ngồi

nắng vỡ sa số mảnh

khi rớt lên mặt cát miên man

cánh buồm trắng hồn nhiên

r

rồi em trả lại tôi

hết những cái buồn không có tên

sắp xếp kỷ niệm tôi

S

sao lang thang cõi thơ?

để tìm em! làm gì anh hỡi?

quên mất rồi em ơi!

sương. nhớ anh thì thầm:

sương là mưa con gái. em thở:

sương là mưa mắc cỡ

santa gió ana

tung bay chăn mỏng cong cây bưởi

a-p ơi a-p

sáng chiều

yêu nhiều

đến hết nhau

sao loay hoay vô thường?

để tìm nhau! làm chi anh hỡi?

để được đau em ơi!

t

tiếng tụng kinh đều đều

cùng tiếng mõ ra đến mái hiên

mỏ chim: cánh bướm nghiêng

thiếu nữ đẩy bà cụ

gập ghềnh lên dốc xe lăn cũ

texting trên smartphone

tiếng lặng im thật lâu

tiếng lặng im thật lâu

tiếng lặng im thật lâu

trống đồng từ ngàn xưa

xăm mình hoa văn vạn vết thương

em đã cho quê hương

tại anh

em có những vết nhăn

trên môi trên trán trong mông lung

tờ lịch báo mùa thu

thu không biết là thu

thu không muốn là thu

thơ ngắn

chỉ vì cái nhìn của em

thật ngắn

trưa nay không mây

cũng không em

ơi em. ơi mây. ơi trưa ơi

thu sang. chiếc cành nhỏ

phơi lá đỏ. con chim nhỏ nhẹ

rơi lên chiếc cành nhỏ

trên xa lộ xe nhiều

em ra / vô lane. tăng tốc. stop

xa lộ vẫn xe nhiều

tình yêu mình nhanh quá

thơ anh theo không kịp em ơi

sét đánh! mưa nhanh rơi

toàn là thứ bảy cả tuần nay

toàn dáng em mây sáng trời này

toàn là nhạc trịnh trái tim play

trăng hết tròn

mây hết hờn

em vẫn còn

thẳng nhỏ theo mây trắng

đang bay đến hướng nắng

sẽ mưa giọt mưa trắng

trăng rằm để làm gì

không còn nàng nhìn ra cửa sổ

ánh trăng ướt lạnh tay

tội môi mất nụ cười

tội đôi mắt ốm không nhìn lên

tội nhau đoạn đời này

tối ngày

em hoài

đến hết tôi

thằng nhỏ

phóng sanh

cho bong bóng xanh

trái chín trên cành cao

trái chín rơi rụng rơi

trái chín xa tầm tay

trăng vàng vọt trong mây

hai con tàu ngược lối trong đêm

chuyến nào là tôi / em?

từ đâu em đến

từ đây em đi

từ bi em quên

tuyết bay sáng góc

chiều đông ấy

nằm nghiêng nhớ

tranh trắng trên tường trắng

mèo trắng cuộn mình trắng

ngoài trời trắng tuyết trắng

y

yêu em thật nhiều

yêu em thật tình

yêu em tình cờ

vượt biên giới đời

vượt biên giới đạo

vô biên: một mình

xe dừng ngã tư quen

cái gạt nước lặp đi lặp lại

mưa xưa ướt trưa nay

xuân đến. chiếc cành nhỏ

ra hoa đỏ. con chim nhỏ không

nhận ra chiếc cành nhỏ

ba dòng thơ cao nguyên | x 2

nhân ảnh

2023

liên lạc tác giả:

nluutrong@gmail.com

liên lạc nhà xuất bản nhân ảnh:

email: han.le3359@gmail.com

(408) 722-5626